Impressum
Verlag: BABADADA GmbH, Nedderfeld 112 , 22529 Hamburg
Geschäftsführer / Verlagsleitung: Harald Hof
Druck: Books on Demand GmbH, In de Tarpen 42, 22848 Norderstedt

Imprint
Publisher: BABADADA GmbH, Nedderfeld 112 , 22529 Hamburg, Germany
Managing Director / Publishing direction: Harald Hof
Print: Books on Demand GmbH, In de Tarpen 42, 22848 Norderstedt, Germany

kool
trường học

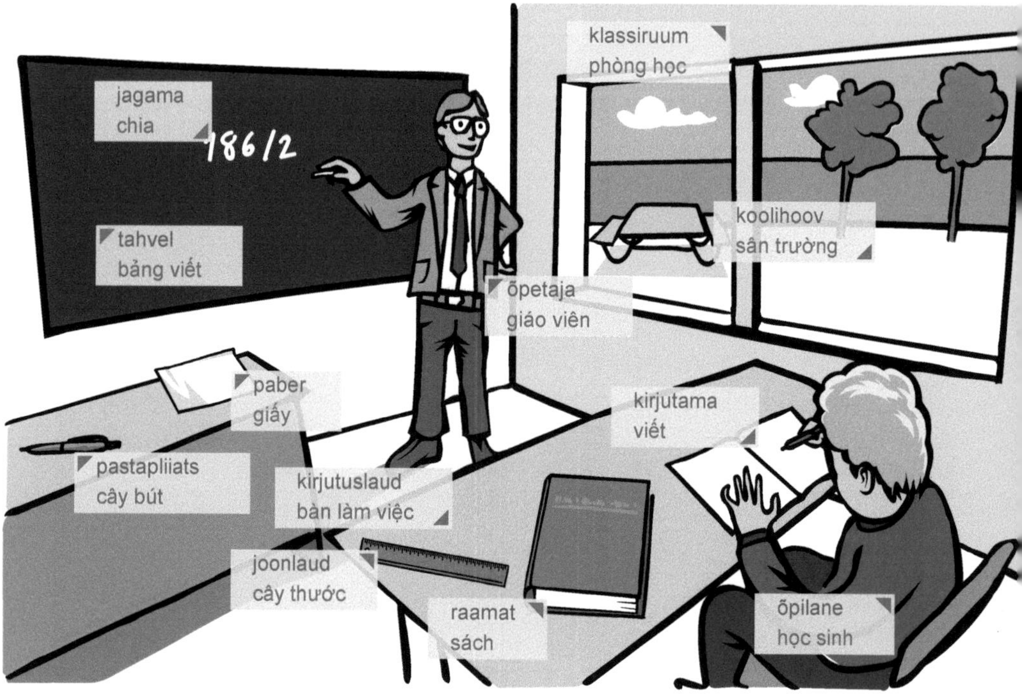
klassiruum
phòng học
jagama
chia
186/2
tahvel
bảng viết
koolihoov
sân trường
õpetaja
giáo viên
paber
giấy
kirjutama
viết
pastapliiats
cây bút
kirjutuslaud
bàn làm việc
joonlaud
cây thước
raamat
sách
õpilane
học sinh

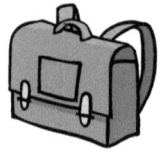

koolikott
cặp đeo vai học sinh

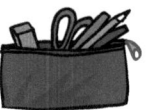

pinal
hộp đựng bút

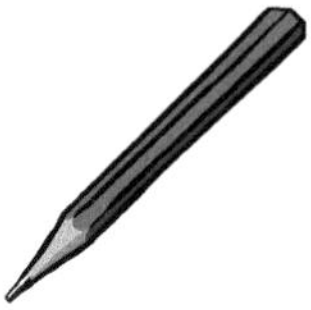

harilik pliiats
bút chì

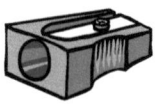

pliiatsiteritaja
cái gọt bút chì

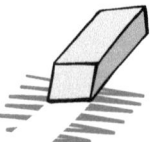

kustukumm
cục tẩy

joonistusplokk
tập giấy vẽ

joonistus

bản vẽ

pintsel

cọ vẽ

värvikarp

hộp mực vẽ

käärid

cây kéo

liim

keo dán

töövihik

sách bài tập

kodutöö

bài tập ở nhà

12

number

số

2+2

liitma

cộng

5-2

lahutama

trừ

2×2

korrutama

nhân

arvutama

tính toán

A

täht

chữ cái

ABCDEFG
HIJKLMN
OPQRSTU
VWXYZ

tähestik

bảng chữ cái

sõna

từ

tekst

văn bản

lugema

đọc

kriit

phấn viết

koolitund

bài học

klassipäevik

sổ lớp

eksam

thi kiểm tra

tunnistus

chứng chỉ

koolivorm

đồng phục học sinh

haridus

giáo dục

entsüklopeedia

từ điển bách khoa

ülikool

đại học

mikroskoop

kính hiển vi

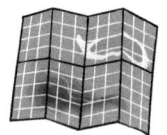

kaart

bản đồ

paberikorv

thùng rác giấy

hotell
khách sạn

Grand

hostel
nhà trọ

valuutavahetuspunkt
quầy đổi tiền

ROOMS

€CHANGE

kohver
va li

auto
xe ô tô

keel

ngôn ngữ

jah / ei

có / không

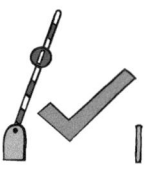

okei

ô kê

Tere!

Xin chào

tõlk

thông dịch viên

Aitäh!

cám ơn

Kui palju maksab …?

… bao nhiêu tiều?

Ma ei saa aru

tôi không hiểu

probleem

vấn đề

Tere õhtust!

Xin chào! (buổi tối)

Tere hommikust!

xin chào! (buổi sáng)

Head ööd!

chúc ngủ ngon!

Head aega!

tạm biệt

suund

hướng đi

pagas

hành lý

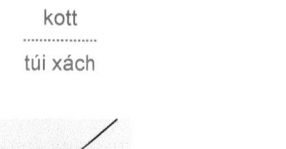

kott

túi xách

seljakott

túi ba lô

külaline

khách

tuba

phòng

magamiskott

túi ngủ

telk

lều

turismiinfo

thông tin du lịch

rand

bãi biển

krediitkaart

thẻ tín dụng

hommikusöök

ăn sáng

lõunasöök

ăn trưa

õhtusöök

ăn tối

pilet

vé xe

lift

thang máy

postmark

tem bưu điện

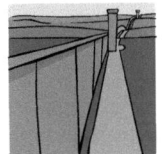

riigipiir

biên giới

toll

hải quan

saatkond

đại sứ quán

viisa

thị thực

pass

hộ chiếu

transport
vận chuyển

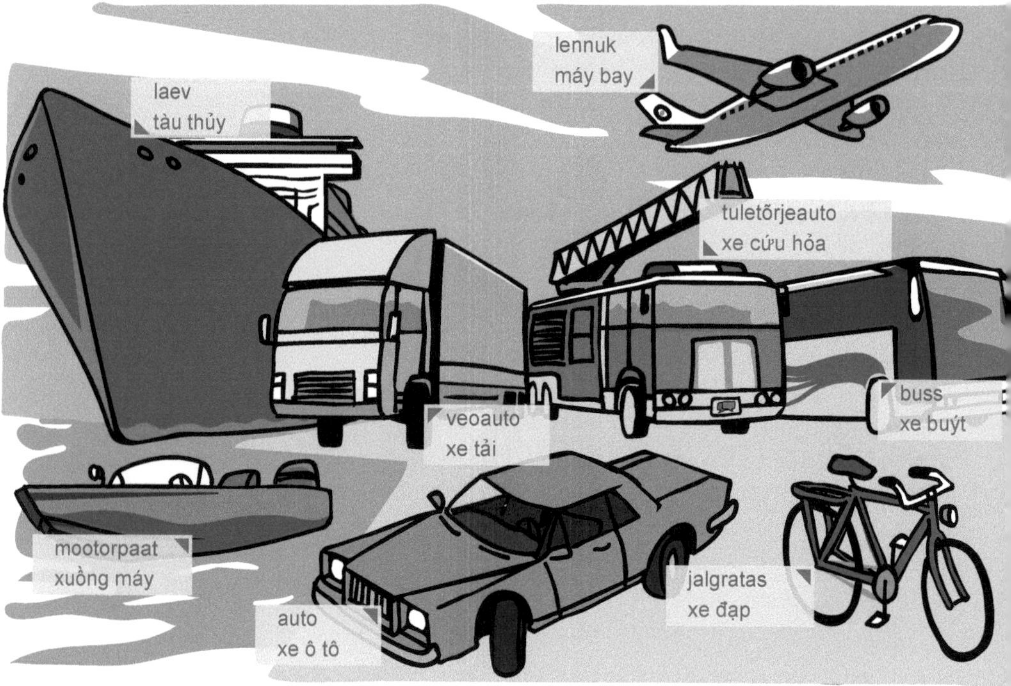
lennuk
máy bay
laev
tàu thủy
tuletõrjeauto
xe cứu hỏa
veoauto
xe tải
buss
xe buýt
mootorpaat
xuồng máy
jalgratas
xe đạp
auto
xe ô tô

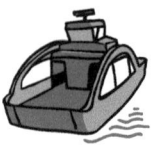

praam

phà

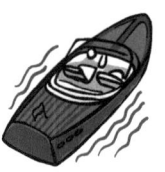

paat

xuồng

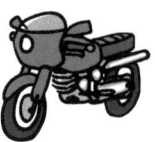

mootorratas

xe máy

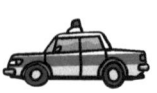

politseiauto

xe cảnh sát

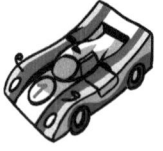

võidusõiduauto

xe đua

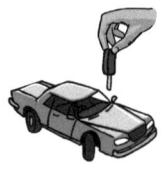

rendiauto

xe cho thuê

ü/hisauto

dịch vụ thuê xe tự lái

puksiirauto

xe kéo cứu hộ

prügiauto

xe rác

mootor

động cơ

kütus

xăng

tankla

trạm xăng

liiklusmärk

biển báo giao thông

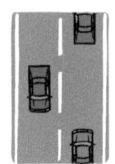

liiklus

giao thông

liiklusummik

ách tắc giao thông

parkla

bãi đậu xe

raudteejaam

nhà ga

rööpad

đường ray

rong

xe lửa

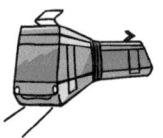

tramm

tàu điện

vagun

toa xe

helikopter
máy bay trực thăng

lennujaam
sân bay

torn
tháp

reisija
hành khách

konteiner
côngtenơ

pappkast
thùng các-tông

käru
xe đẩy

korv
cái giỏ

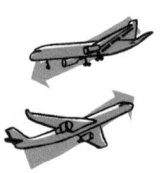

õhku tõusma / maanduma
cất cánh / hạ cánh

linn
thành phố

küla
làng

kesklinn
trung tâm thành phố

maja
nhà

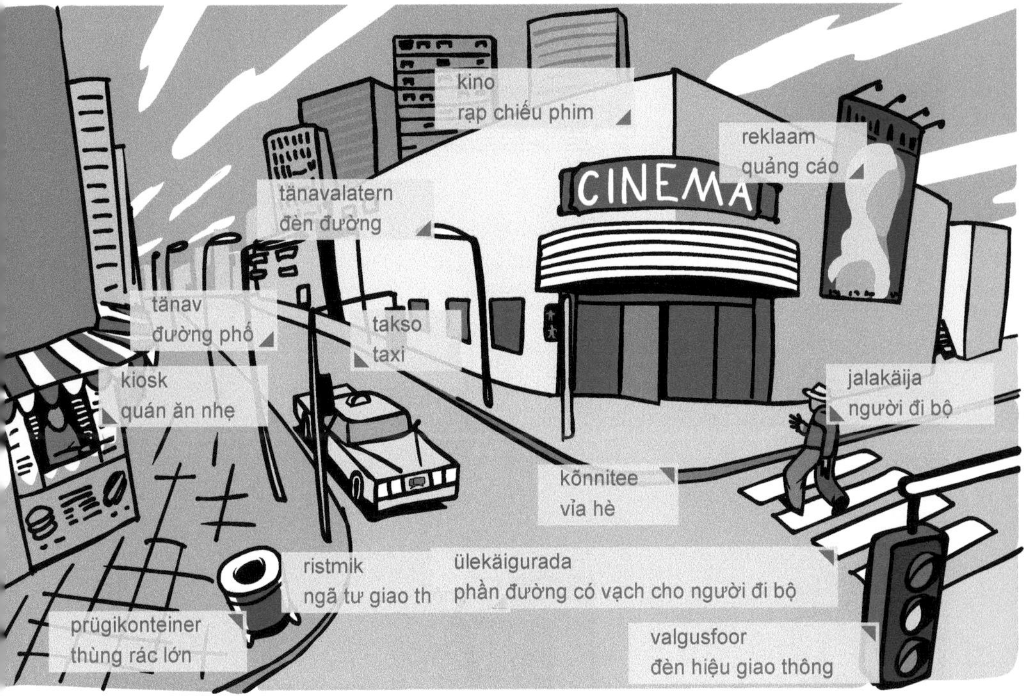

kino
rạp chiếu phim
reklaam
quảng cáo
CINEMA
tänavalatern
đèn đường
tänav
đường phố
takso
taxi
kiosk
quán ăn nhẹ
jalakäija
người đi bộ
kõnnitee
vỉa hè
ristmik
ngã tư giao th
ülekäigurada
phần đường có vạch cho người đi bộ
prügikonteiner
thùng rác lớn
valgusfoor
đèn hiệu giao thông

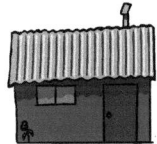

osmik

nhà chòi

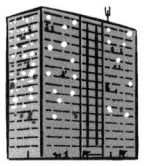

kortermaja

căn hộ

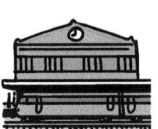

raudteejaam

nhà ga

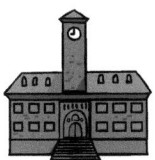

raekoda

tòa thị chính

MUSEUM

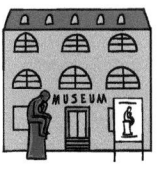

muuseum

viện bảo tàng

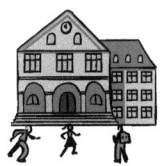

kool

trường học

ülikool

đại học

pank

ngân hàng

haigla

bệnh viện

hotell

khách sạn

apteek

hiệu thuốc

kontor

văn phòng

raamatupood

hiệu sách

kauplus

cửa hiệu

lillepood

cửa hiệu bán hoa

supermarket

siêu thị

turg

chợ

kaubamaja

cửa hàng bách hóa

kalapood

người bán cá

kaubanduskeskus

trung tâm mua bán

sadam

bến cảng

park

công viên

pink

ghế băng

sild

cầu

trepp

cầu thang

metroo

tàu điện ngầm

tunnel

đường hầm

bussipeatus

trạm xe buýt

baar

quán bar

restoran

khách sạn

postkast

hòm thư công cộng

tänavasilt

bảng hiệu đường

parkimisautomaat

đồng hồ đậu xe

loomaaed

vườn bách thú

ujula

bể bơi

mošee

nhà thờ Hồi giáo

talu

nông trại

reostus

ô nhiễm môi trường

surnuaed

nghĩa trang

kirik

nhà thờ

mänguväljak

sân chơi

tempel

ngôi đền

maastik
phong cảnh

leht
lá cây

teeviit
bảng chỉ đường

tee
lối đi

aas
bãi cỏ

kivi
hòn đá

matkaja
người đi bộ đường dài

puu
cây

jõgi
sông

rohi
cỏ

lill
bông hoa

org
....
thung lũng

mägi
....
đồi

järv
....
hồ nước

mets
....
rừng

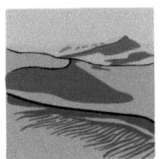

kõrb
....
sa mạc

vulkaan
....
núi lửa

linnus
....
lâu đài

vikerkaar
....
cầu vồng

seen
....
nấm

palm
....
cây cọ

sääsk
....
con muỗi

kärbes
....
con ruồi

sipelgas
....
con kiến

mesilane
....
con ong

ämblik
....
con nhện

mardikas

bọ cánh cứng

konn

con ếch

orav

con sóc

siil

con nhím

jänes

con thỏ

öökull

con cú

lind

con chim

luik

thiên nga

metssiga

heo rừng

hirv

con hươu

põder

nai sừng tấm

pais

đê

tuuleturbiin

tuabin gió

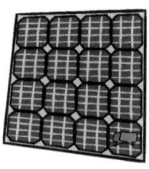

päikesepaneel

tấm năng lượng mặt trời

kliima

khí hậu

restoran
khách sạn

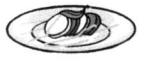

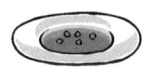

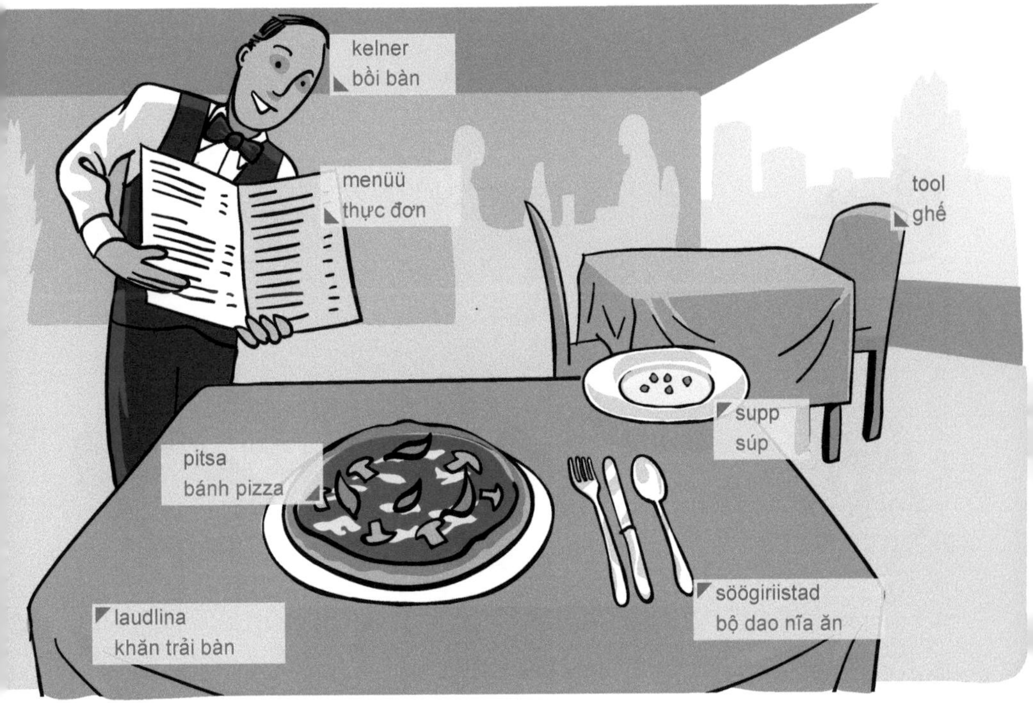
kelner
bồi bàn
menüü
thực đơn
tool
ghế
supp
súp
pitsa
bánh pizza
söögiriistad
bộ dao nĩa ăn
laudlina
khăn trải bàn

eelroog

món ăn khai vị

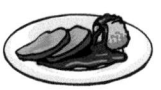

pearoog

món ăn chính

magustoit

món tráng miệng

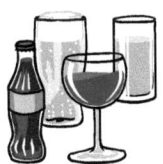

joogid

thức uống

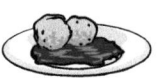

toit

thức ăn

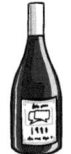

pudel

cái chai

kiirtoit

thức ăn nhanh

tänavatoit

thức ăn đường phố

teekann

ấm trà

suhkrutoos

hộp đường

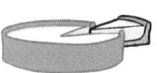

portsjon

khẩu phần

espressomasin

máy pha espresso

lastetool

ghế cao

arve

hóa đơn

kandik

khay

nuga

dao

kahvel

nĩa

lusikas

thìa

teelusikas

thìa uống trà

salvrätik

khăn ăn

klaas

cốc thủy tinh

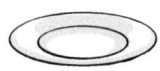

taldrik
đĩa

supitaldrik
đĩa súp

alustass
đĩa lót cốc

kaste
nước sốt

soolatoos
lọ muối

pipraveski
cái xay tiêu

äädikas
giấm

õli
dầu

vürtsid
gia vị

ketšup
nước xốt cà chua

sinep
tương hạt cải

majonees
nước sốt mayonnaise

eripakkumine
chào giá đặc biệt

klient
khách hàng

piimatooted
sản phẩm từ sữa

FOR

puuviljad
trái cây

ostukäru
xe đẩy mua sắm

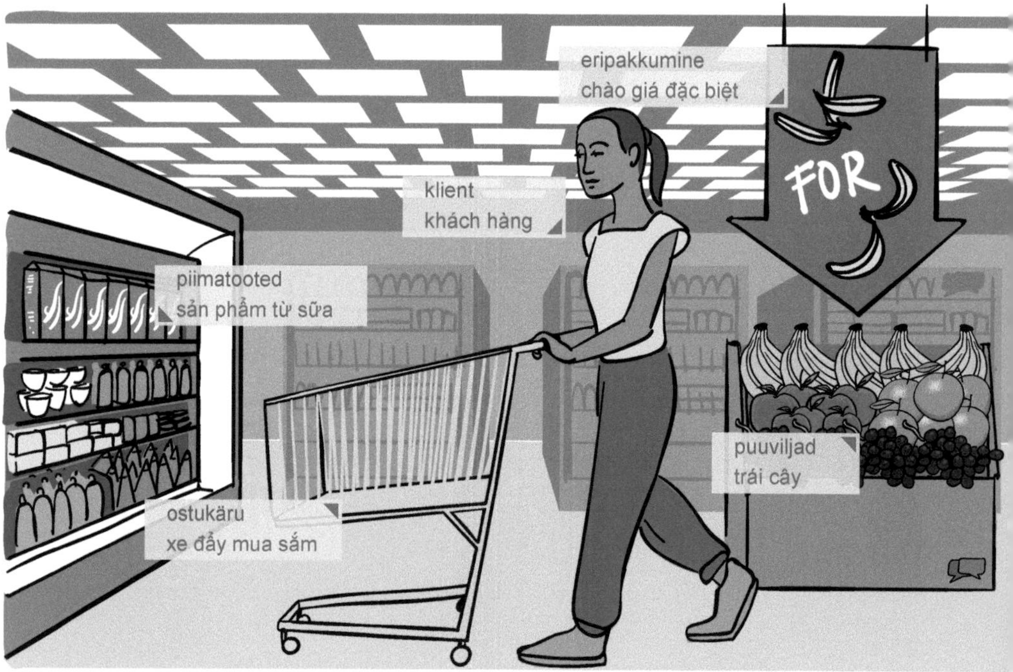

lihapood

lò mổ

pagariäri

cửa hiệu bán bánh mì

kaaluma

cân nặng

köögiviljad

rau quả

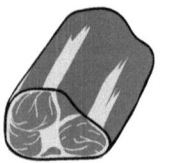

liha

thịt

külmutatud toit

thức ăn đông lạnh

lihalõigud

lát thịt nguội

konservid

đồ hộp

pesupulber

bột giặt

maiustused

đồ ngọt

majatarbed

sản phẩm dùng trong gia đình

puhastustooted

chất tẩy rửa

müüja

người bán hàng

kassaaparaat

quầy trả tiền

kassapidaja

nhân viên thu ngân

ostunimekiri

danh sách mua sắm

lahtiolekuajad

giờ mở cửa

rahakott

ví tiền

krediitkaart

thẻ tín dụng

kott

túi đeo

kilekott

túi ny lông

vesi

nước

mahl

nước quả ép

piim

sữa

koola

coca-cola

vein

rượu vang

õlu

bia

alkohol

cồn

kakao

cacao

tee

trà

kohv

cà phê

espresso

espresso

cappuccino

cappuccino

banaan

chuối

õun

quả táo

apelsin

quả cam

arbuus

dưa hấu

sidrun

chanh

porgand

cà rốt

küüslauk

tỏi

bambus

tre

sibul

củ hành

seen

nấm

pähklid

hạt dẻ

nuudlid

mì

spagetid

mì spaghetti

riis

cơm

salat

xà lách

friikartulid

khoai tây chiên

praekartulid

khoai tây chiên

pitsa

bánh pizza

hamburger

bánh hamburger

võileib

bánh mì sandwich

šnitsel

thịt côtlet

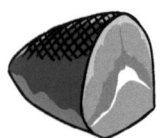

sink

thịt giăm bông

salaami

xúc xích

vorst

dồi

kana

gà

praeliha

rán

kala

cá

kaerahelbed

cháo yến mạch

müsli

cháo muesli

maisihelbed

bánh bột ngô nướng

jahu

bột mì

sarvesai

bánh sừng bò

kukkel

bánh mì

leib

bánh mì

röstsai

bánh mì nướng

küpsised

bánh bích quy

või

bơ

kohupiim

sữa đông

kook

bánh ngọt

muna

trứng

praemuna

trứng rán

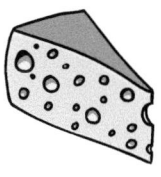

juust

pho mát

jäätis
kem

suhkur
đường

mesi
mật ong

moos
mứt

pähklivõie
kem nougat

karri
cà ri

talu
nông trại

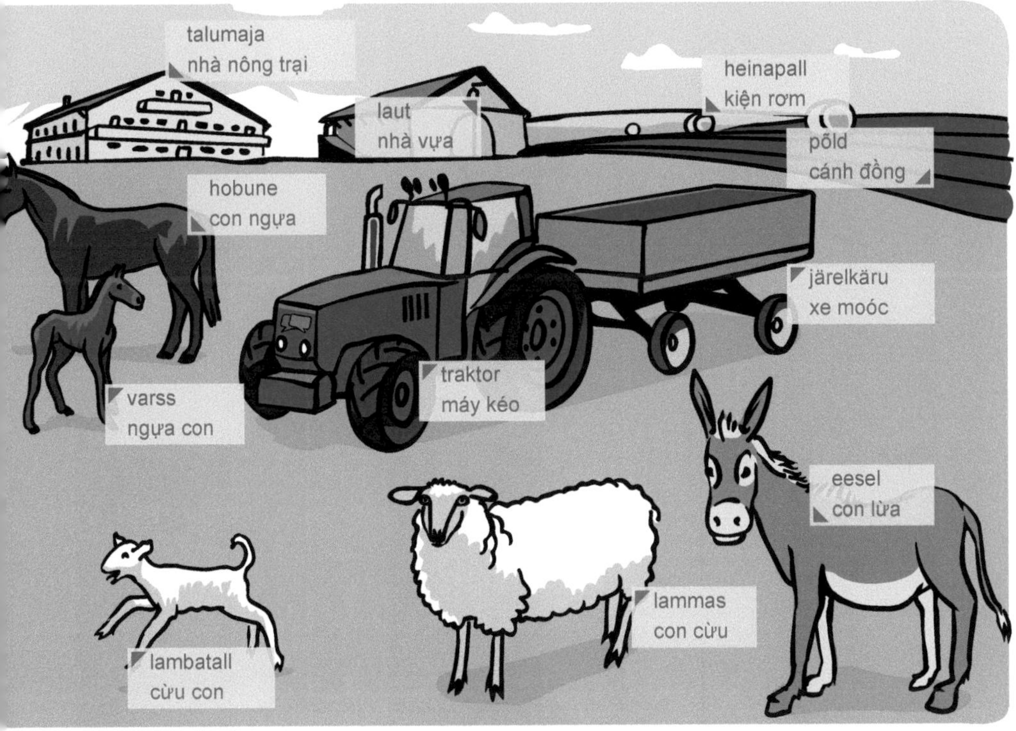
talumaja
nhà nông trại
laut
nhà vựa
heinapall
kiện rơm
põld
cánh đồng
hobune
con ngựa
järelkäru
xe moóc
varss
ngựa con
traktor
máy kéo
eesel
con lừa
lammas
con cừu
lambatall
cừu con

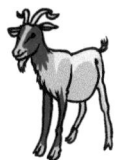

kits
con dê

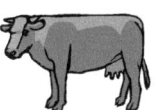

lehm
con bò

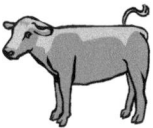

vasikas
con bê

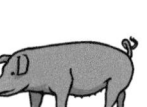

siga
con lợn

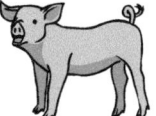

põrsas
lợn con

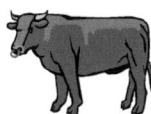

pull
bò đực

hani

con ngỗng

part

con vịt

tibu

gà con

kana

gà mái

kukk

gà trống

rott

con chuột

kass

mèo

hiir

chuột nhắt

härg

bò đực

koer

con chó

koerakuut

nhà chuồng chó

aiavoolik

ống tưới vườn cây

kastekann

thùng tưới cây

vikat

lưỡi hái

ader

cái cày

sirp

cái liềm

kõblas

cái cuốc

hang

cái chĩa

kirves

cái rìu

käru

xe cút kít

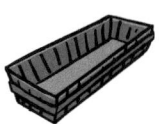

küna

máng ăn

piimanõu

lọ sữa

kott

bao tải

tara

hàng rào

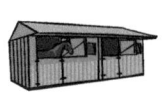

tall

chuồng

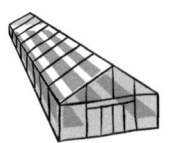

kasvuhoone

nhà kính trồng cây

muld

đất trồng

seeme

hạt giống

väetis

phân bón

kombain

máy gặt đập liên hợp

saaki koristama

thu hoạch

saagikoristus

mùa thu hoạch

jamss

khoai lang

nisu

lúa mì

soja

đậu nành

kartul

khoai tây

mais

ngô

raps

hạt cải dầu

viljapuu

cây ăn trái

maniokk

sắn

teravili

ngũ cốc

maja
nhà

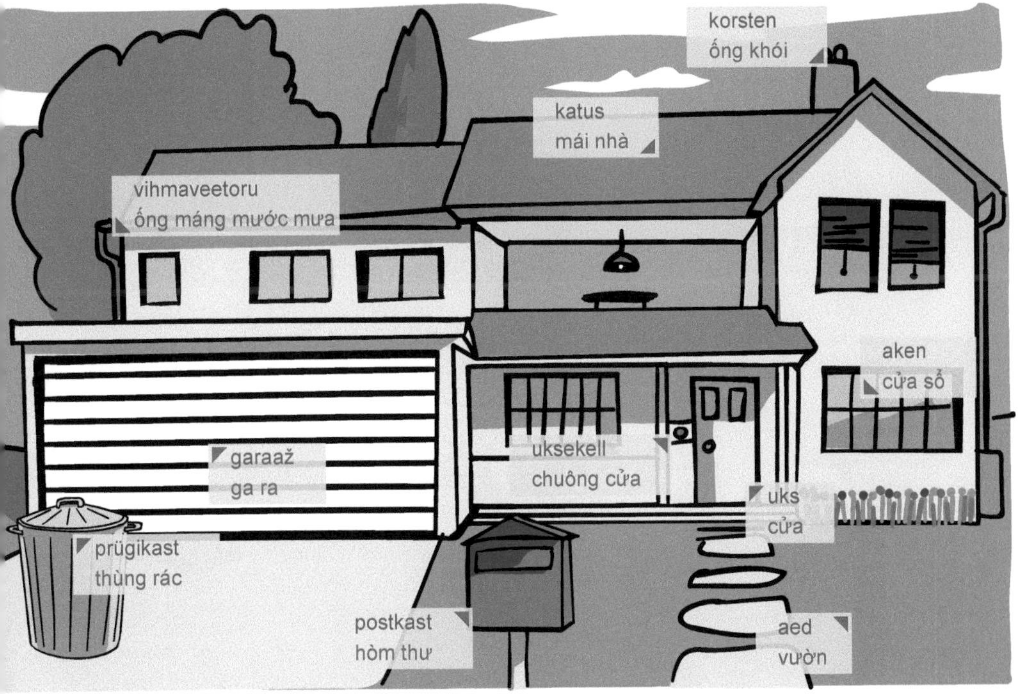
korsten
ống khói
katus
mái nhà
vihmaveetoru
ống máng mước mưa
aken
cửa sổ
garaaž
ga ra
uksekell
chuông cửa
uks
cửa
prügikast
thùng rác
postkast
hòm thư
aed
vườn

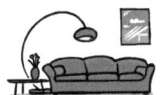

elutuba

phòng khách

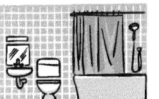

vannituba

phòng tắm

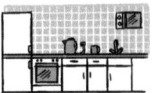

köök

bếp

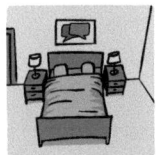

magamistuba

phòng ngủ

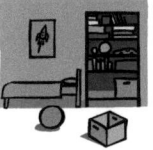

lastetuba

phòng trẻ em

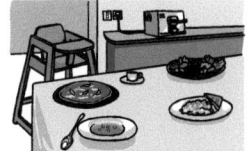

söögituba

phòng ăn

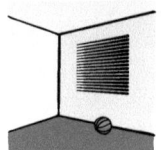

põrand

nền nhà

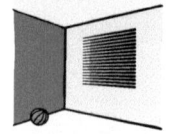

sein

tường

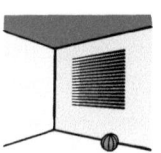

lagi

trần nhà

kelder

tầng hầm

saun

tắm hơi

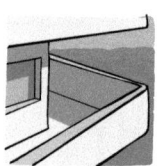

rõdu

ban công

terrass

sân hiên

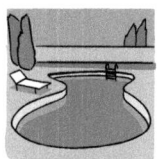

bassein

bể bơi

muruniiduk

máy cắt cỏ

voodilina

khăn trải giường

päevatekk

khăn trải giường

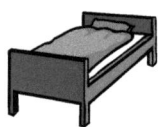

voodi

giường

luud

chổi

ämber

cái xô

lüliti

công tắc điện

elutuba
phòng khách

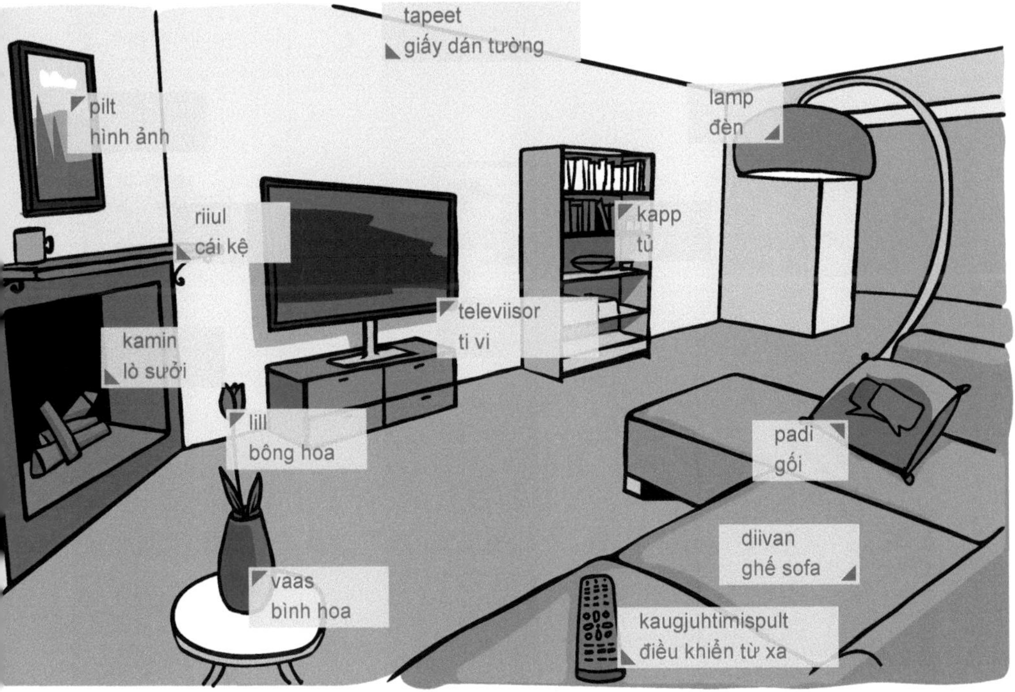
tapeet
giấy dán tường
pilt
hình ảnh
lamp
đèn
riiul
cái kệ
kapp
tủ
televiisor
ti vi
kamin
lò sưởi
lill
bông hoa
padi
gối
diivan
ghế sofa
vaas
bình hoa
kaugjuhtimispult
điều khiển từ xa

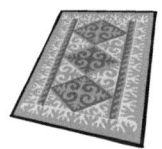

vaip

thảm

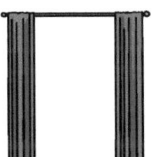

kardin

rèm

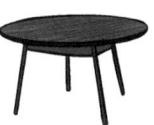

laud

cái bàn

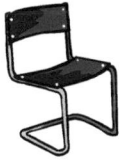

tool

ghế

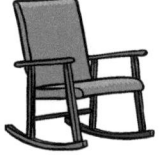

kiiktool

ghế bập bênh

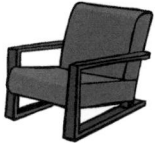

tugitool

ghế bành

raamat

sách

tekk

cái chăn

kaunistus

đồ trang trí

küttepuud

củi

film

phim

helisüsteem

máy hi-fi

võti

chìa khóa

ajaleht

báo

maal

bức tranh

plakat

áp phích

raadio

radio

märkmik

sổ ghi chép

tolmuimeja

máy hút bụi

kaktus

cây xương rồng

küünal

cây nến

köök
bếp

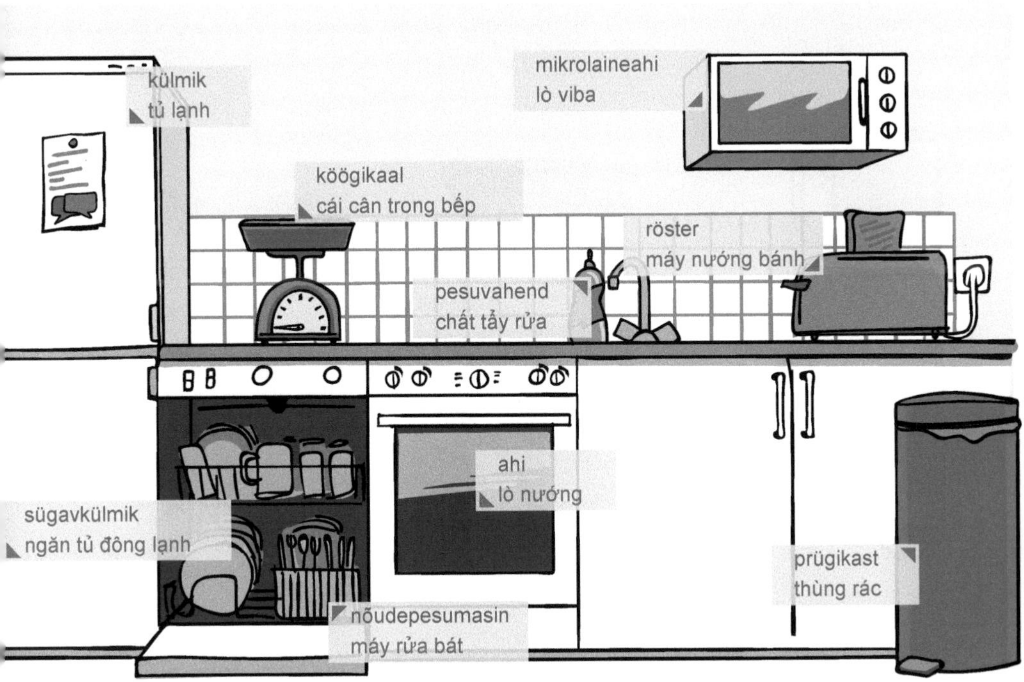

külmik
tủ lạnh
mikrolaineahi
lò viba
köögikaal
cái cân trong bếp
röster
máy nướng bánh
pesuvahend
chất tẩy rửa
ahi
lò nướng
sügavkülmik
ngăn tủ đông lạnh
prügikast
thùng rác
nõudepesumasin
máy rửa bát

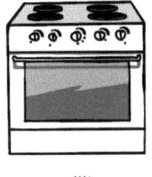

pliit

lò nấu

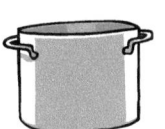

pott

nồi

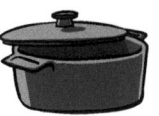

malmpott

nồi sắt

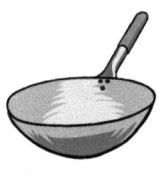

vokkpann

chảo

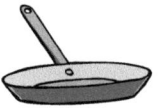

pann

chảo

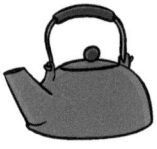

veekeetja

ấm đun nước

aurutaja

nồi đun hơi

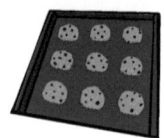

küpsetusplaat

khay lò nướng

lauanõud

bát đĩa

kruus

cốc

kauss

cái bát

söögipulgad

đũa

kulp

cái vá

pannilabidas

bàn xẻng

vispel

que đánh kem

kurn

rây dùng trong bếp

sõel

cái rây lọc

riiv

cái nạo

uhmer

vữa

grill

vỉ nướng

lahtine tuli

ngọn lửa trần

lõikelaud

cái thớt

tainarull

trục cán bột

korgitser

cái mở nút chai

konservipurk

vỏ đồ hộp

konserviavaja

cái mở vỏ đồ hộp

pajakinnas

miếng nhấc nồi

kraanikauss

bồn rửa bát

hari

bàn chải

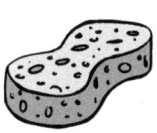

pesukäsn

miếng xốp

kannmikser

máy xay

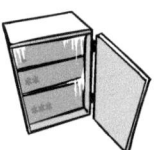

sügavkülmuti

tủ đông lạnh

lutipudel

bình sữa cho trẻ sơ sinh

segisti

vòi nước

vannituba

phòng tắm

küte
lò sưởi
käterätik
khăn lau
mullivann
tắm bọt
vann
bồn tắm
pesumasin
máy giặt
pissipott
cái bô
plaadid
gạch lát
dušš
vòi hoa sen
dušikardin
rèm che ngăn tắm
klaas
cốc thủy tinh
segisti
vòi nước
kraanikauss
bồn rửa bát

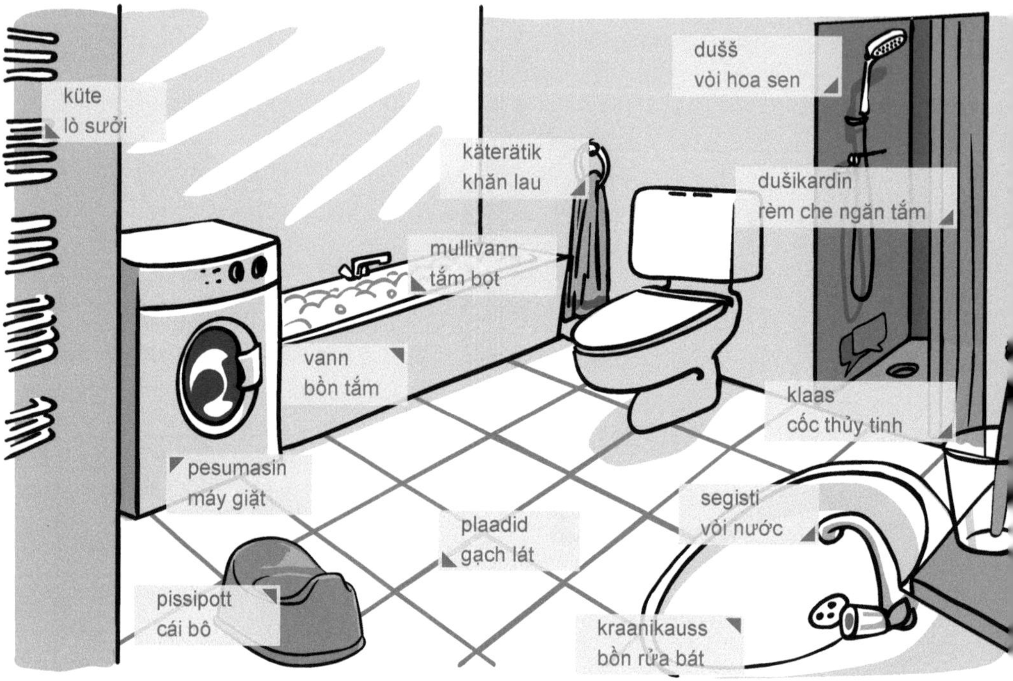

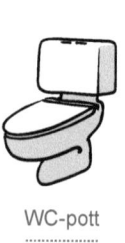

WC-pott

bồn cầu

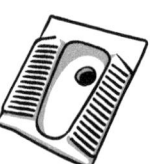

kükitamistualett

bồn cầu ngồi xổm

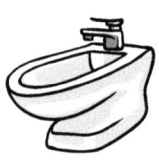

bidee

bồn rửa hậu môn

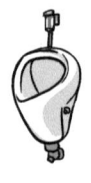

pissuaar

bồn tiểu tiện

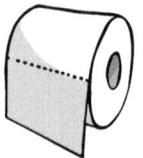

tualettpaber

giấy vệ sinh

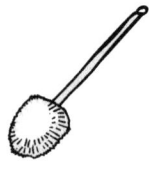

WC-hari

bàn chải cọ bồn cầu

hambahari

bàn chải đánh răng

hambapasta

kem đánh răng

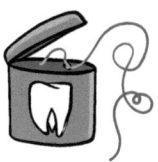

hambaniit

chỉ nha khoa

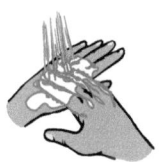

pesema

rửa

käsidušš

vòi sen cầm tay

intiimdušš

vòi rửa hậu môn

pesukauss

bồn rửa

seljahari

bàn chải cọ lưng

seep

xà phòng

dušigeel

sữa tắm

šampoon

dầu gội

vamm

khăn cọ để tắm

äravool

lỗ thoát nước

kreem

kem

deodorant

chất khử mùi

peegel

gương

käsipeegel

gương tay

habemenuga

dao cạo râu

raseerimisvaht

kem cạo râu

habemevesi

nước thơm dùng sau khi
cạo râu

kamm

cái lược

hari

bàn chải

föön

máy xấy tóc

juukselakk

keo xịt tóc

meigikomplekt

đồ trang điểm

huulepulk

thỏi son môi

küünelakk

sơn bôi móng

vatt

bông

küünekäärid

kéo cắt móng

parfüüm

nước hoa

tualett-tarvete kott
túi đựng đồ tắm

taburet
ghế đẩu

kaal
cái cân

hommikumantel
áo choàng tắm

kummikindad
găng tay làm vệ sinh

tampoon
nút gạc

hügieeniside
băng vệ sinh

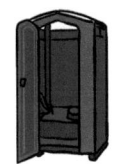

keemiline tualett
nhà vệ sinh hóa chất

lastetuba

phòng trẻ em

äratuskell
đồng hồ báo thức
pehme mänguasi
thú bông
mänguauto
xe đồ chơi
kõristi
cái lúc lắc
nukumaja
nhà búp bê
kingitus
món quà

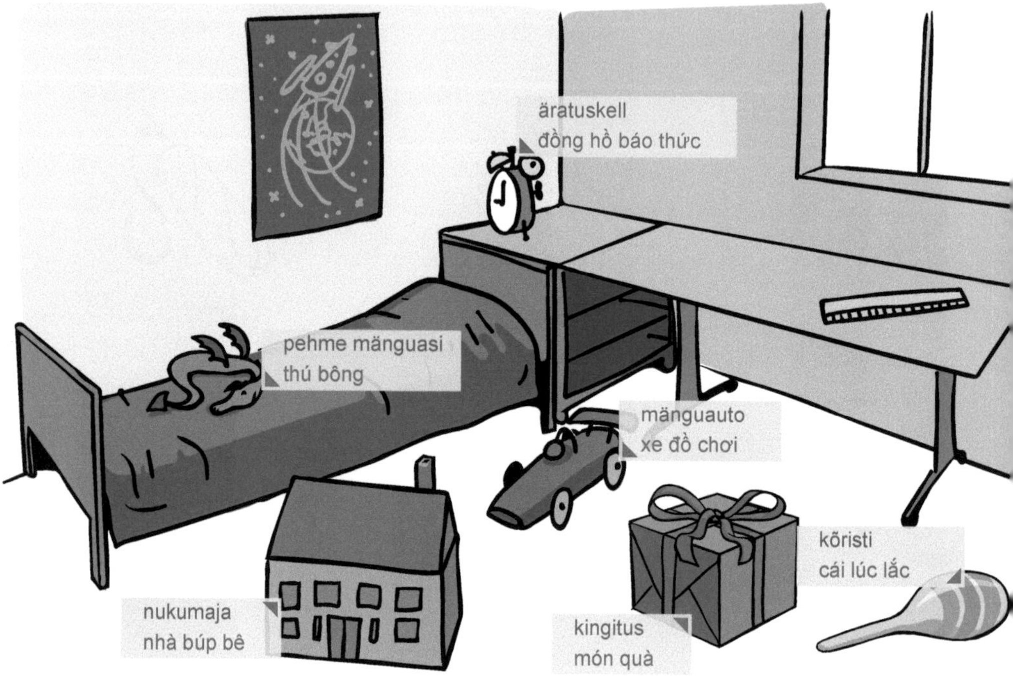

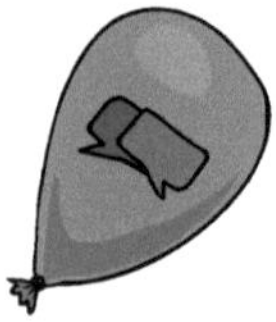

õhupall

bong bóng

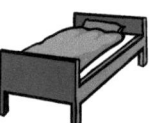

voodi

giường

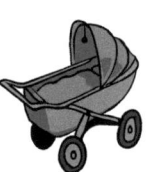

lapsevanker

xe nôi

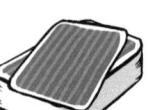

kaardipakk

trò chơi bài

pusle

trò chơi ghép hình

SUPER
MEGA

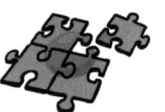

koomiks

truyện tranh

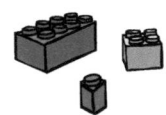

Lego klotsid

gạch Lego

klotsid

khối xếp hình

kujuke

nhân vật hành động

siputuspüksid

liền quần cho trẻ sơ sinh

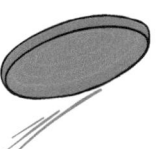

lendav taldrik

đĩa nhựa để ném

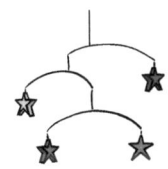

voodikarussell

đồ chơi treo trên giường

lauamäng

trò chơi cờ bàn

täringud

xúc xắc

mudelrong

đồ chơi xe lửa mô hình

lutt

ti giả

pidu

buổi tiệc

pildiraamat

sách tranh

pall

quả bóng

nukk

búp bê

mängima

chơi

liivakast

hố cát

kiik

cái đu

mänguasjad

đồ chơi

mängukonsool

máy chơi game cầm tay

kolmerattaline jalgratas

xe ba bánh

mängukaru

gấu bông

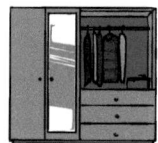

riidekapp

tủ quần áo

riietus

y phục

sokid

bít tất

sukad

bít tất dài

sukkpüksid

quần tất

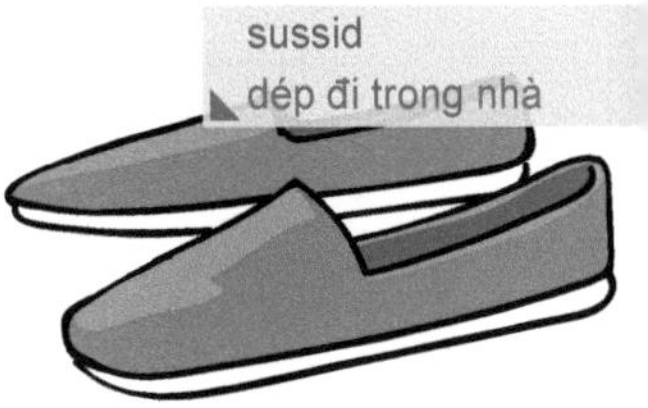

sall
khăn choàng cổ

vihmavari
ô che mưa

T-särk
áp phông

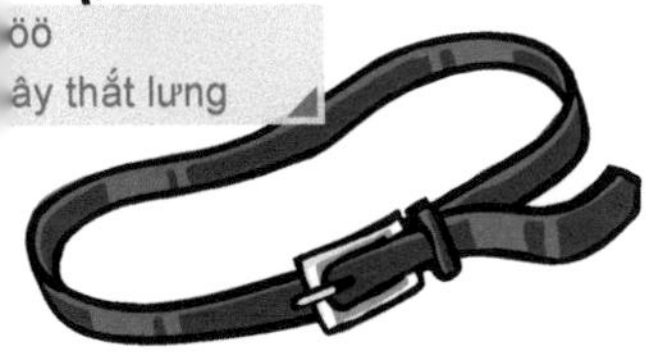

öö
ây thắt lưng

saapad
ủng

sussid
dép đi trong nhà

tossud
giày sneaker

sandaalid

dép xăng đan

jalatsid

giày

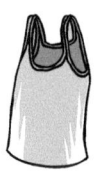

kummikud

ủng cao su

aluspüksid

quần lót

rinnahoidja

áo ngực

vest

áo vest

bodi

áo ôm sát cơ thể

püksid

quần dài

teksapüksid

quần bò

seelik

váy

pluus

áo cánh

särk

áo sơ mi

sviiter

áo len chui đầu

dressipluus

áo len

bleiser

áo blazer

jakk

áo jacket

mantel

áo khoác

vihmamantel

áo mưa

kostüüm

trang phục

kleit

áo váy

pulmakleit

áo cưới

ülikond

bộ com lê

öösärk

áo ngủ

pidžaama

pijama

sari

trang phục sari

pearätt

khăn trùm đầu

turban

khăn đội đầu

burka

áo burka

kaftan

áo captan

abayah

áo aba

ujumistrikoo

quần áo bơi

ujumispüksid

quần bơi

lühikesed püksid

quần đùi

dressid

quần áo tracksuit

põll

tạp dề

kindad

găng tay

nööp

cái cúc

prillid

kính mắt

käevõru

vòng đeo tay

kaelakee

vòng cổ

sõrmus

nhẫn

kõrvarõngas

hoa tai

nokamüts

mũ lưỡi trai

riidepuu

cái mắc treo áo quần

kaabu

mũ

lips

cà vạt

tõmblukk

dây kéo phéc mơ tuya

kiiver

mũ bảo hiểm

traksid

dây đeo quần

koolivorm

đồng phục học sinh

vormirõivad

đồng phục

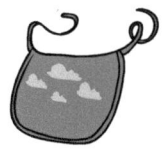

pudipõll

yếm trẻ em

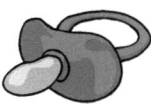

lutt

ti giả

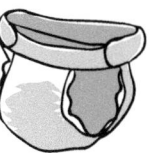

mähe

tã lót

kontor

văn phòng

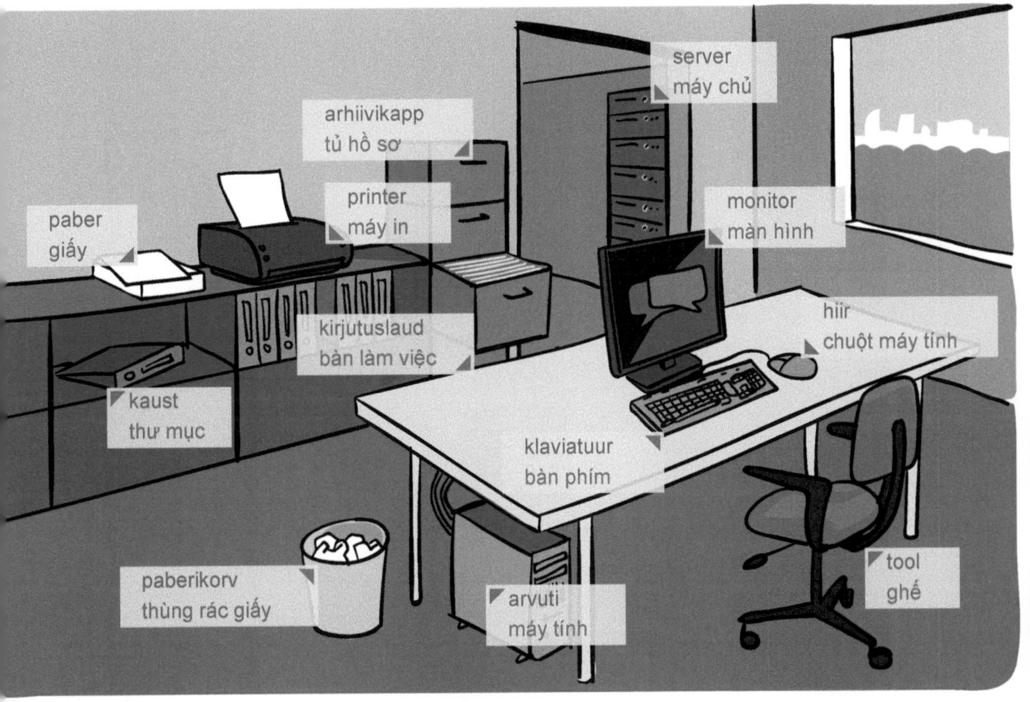

server
máy chủ
arhiivikapp
tủ hồ sơ
printer
máy in
paber
giấy
monitor
màn hình
kirjutuslaud
bàn làm việc
hiir
chuột máy tính
kaust
thư mục
klaviatuur
bàn phím
tool
ghế
paberikorv
thùng rác giấy
arvuti
máy tính

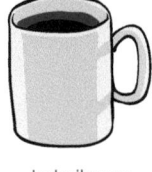

kohvikruus

cốc cà phê

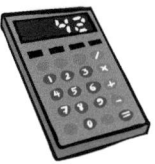

kalkulaator

máy tính bỏ túi

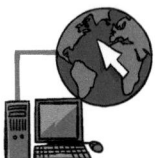

internet

internet

sülearvuti

laptop

kiri

thư

sõnum

tin nhắn

mobiiltelefon

điện thoại di động

võrk

mạng

koopiamasin

máy photocopy

tarkvara

phần mềm

telefon

điện thoại

pistikupesa

ổ cắm điện

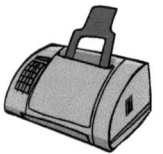

faksimasin

máy fax

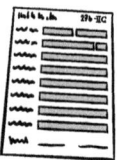

vorm

mẫu đơn

dokument

chứng từ

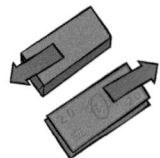

ostma

mua

maksma

trả tiền

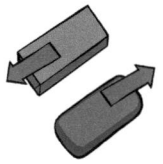

vahetama

buôn bán

raha

tiền

USD

dollar

đô la

EUR

euro

Euro

JPY

jeen

yên

RUB

rubla

rúp

CHF

Šveitsi frank

franc Thụy Sĩ

CNY

renminbi jüaan

nhân dân tệ

INR

ruupia

rupi

sularahaautomaat

máy rút tiền tự động

valuutavahetuspunkt

quầy đổi tiền

kuld

vàng

hõbe

bạc

nafta

dầu

energia

năng lượng

hind

giá tiền

leping

hợp đồng

maks

thuế

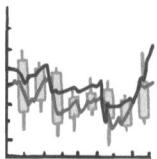

aktsia

cổ phiếu

töötama

làm việc

töötaja

nhân viên

tööandja

chủ lao động

tehas

nhà máy

kauplus

cửa hiệu

ametid
nghề nghiệp

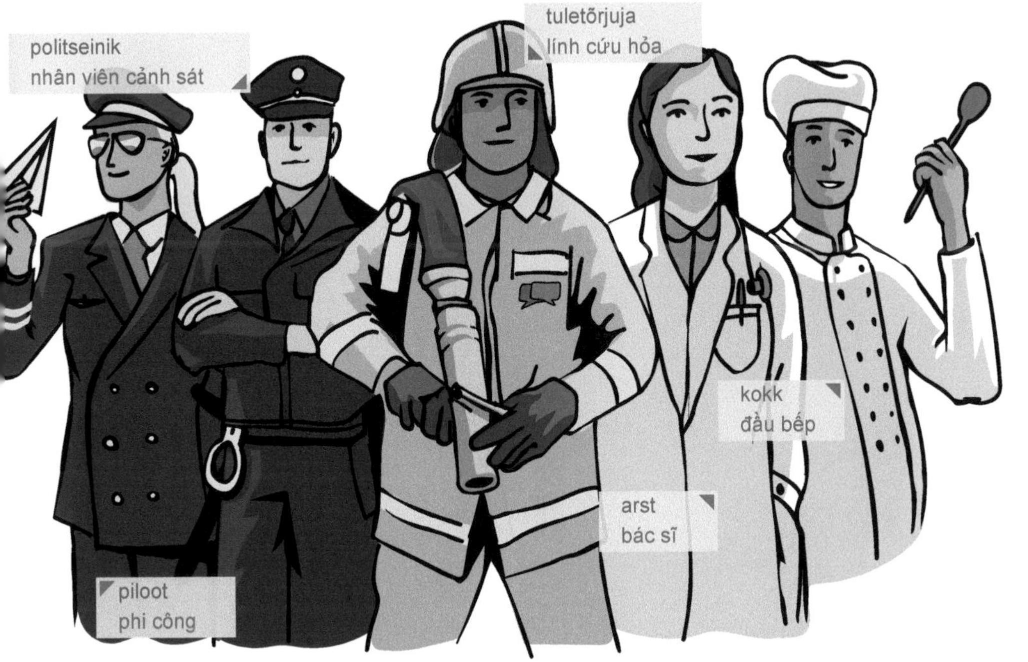

politseinik
nhân viên cảnh sát
tuletõrjuja
lính cứu hỏa
kokk
đầu bếp
arst
bác sĩ
piloot
phi công

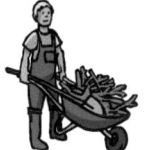

aednik

người làm vườn

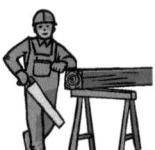

puusepp

thợ mộc

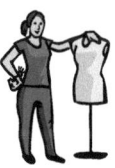

õmbleja

thợ may

kohtunik

chánh án

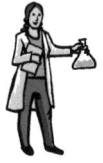

keemik

nhà hóa học

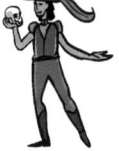

näitleja

diễn viên

bussijuht

tài xế xe buýt

taksojuht

người lái taxi

kalamees

ngư dân

koristaja

người lau dọn vệ sinh

katusepaigaldaja

thợ lợp mái nhà

kelner

bồi bàn

jahimees

thợ săn

maaler

họa sĩ

pagar

thợ làm bánh

elektrik

thợ điện

ehitaja

thợ xây dựng

insener

kỹ sư

lihunik

người hàng thịt

torumees

thợ sửa ống nước

postiljon

người đưa thư

sõdur

người lính

arhitekt

kiến trúc sư

kassapidaja

nhân viên thu ngân

lillemüüja

người bán hoa

juuksur

thợ cắt tóc

piletikontrolör

nhân viên soát vé

mehaanik

thợ cơ khí

kapten

thuyền trưởng

hambaarst

nha sĩ

teadlane

nhà khoa học

rabi

giáo sĩ Do thái

imaam

lãnh tụ Hồi giáo

munk

nhà sư

preester

mục sư

töörriistad

dụng cụ

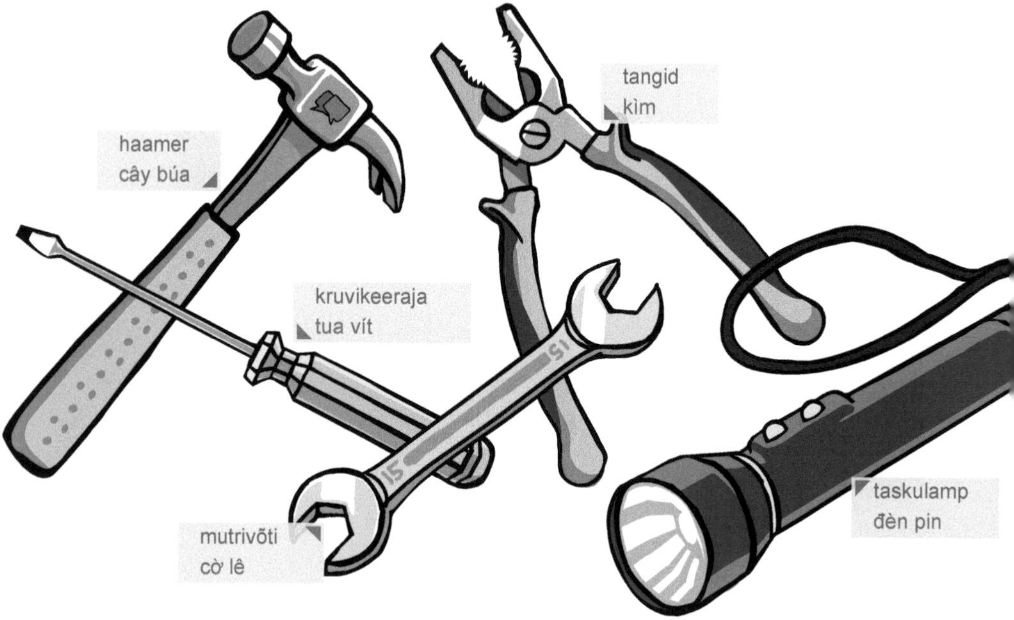

haamer
cây búa
tangid
kìm
kruvikeeraja
tua vít
mutrivõti
cờ lê
taskulamp
đèn pin

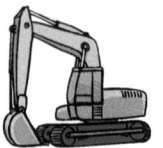

ekskavaator

máy xúc đất

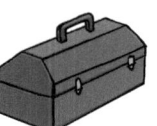

tööriistakast

hộp dụng cụ

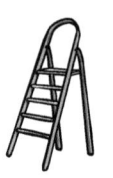

redel

cái thang

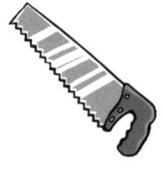

saag

cưa

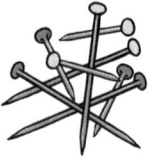

naelad

đinh

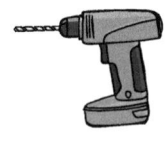

trell

máy khoan

parandama

sửa chữa

labidas

cái xẻng

Põrgusse!

khốn nạn!

kühvel

cái hót rác

värvipott

thùng sơn

kruvid

vít

pillid
nhạc cụ

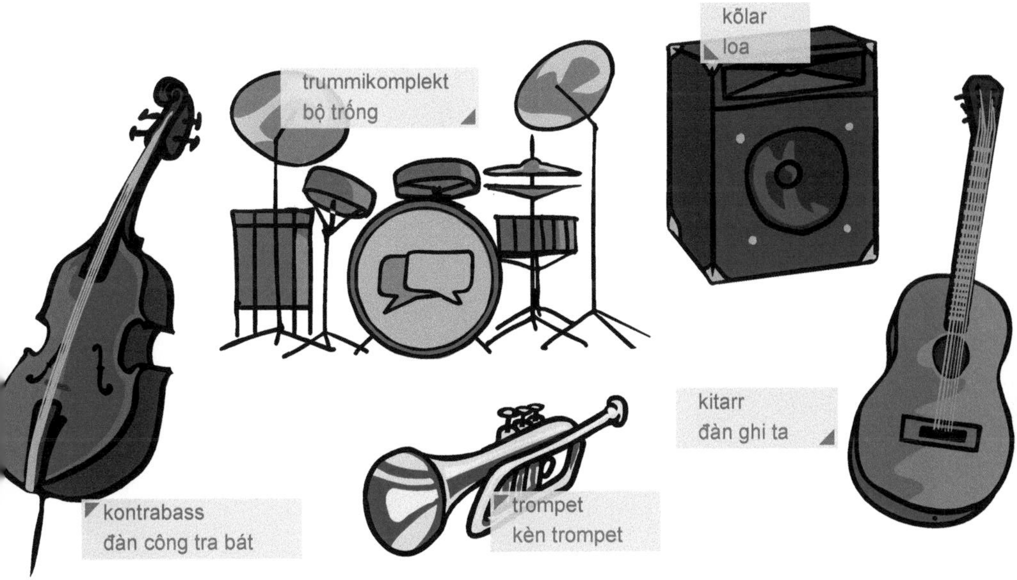

kõlar
loa

trummikomplekt
bộ trống

kitarr
đàn ghi ta

kontrabass
đàn công tra bát

trompet
kèn trompet

klaver

đàn piano

viiul

đàn vĩ cầm

bass

ghi ta bass

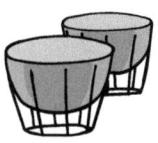

timpan

trống định âm

trummid

trống

süntesaator

đàn organ

saksofon

kèn Saxophone

flööt

sáo

mikrofon

micro

loomaaed

vườn bách thú

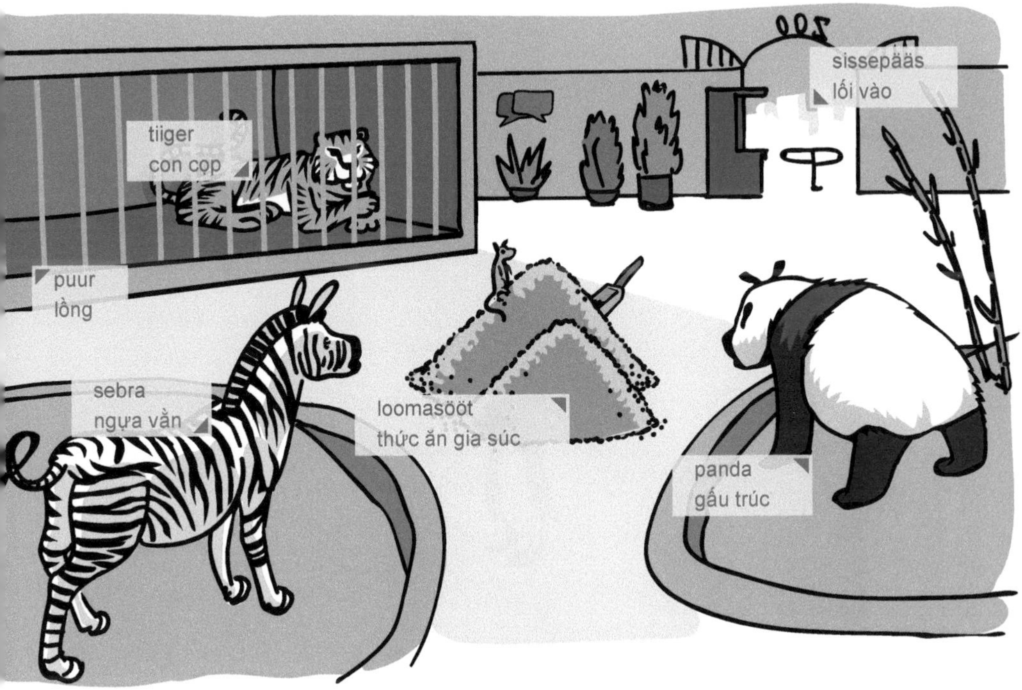

zoo
sissepääs
lối vào
tiiger
con cọp
puur
lồng
sebra
ngựa vằn
loomasööt
thức ăn gia súc
panda
gấu trúc

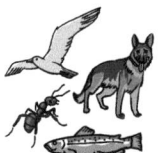

loomad

động vật

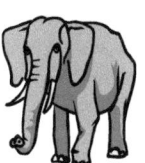

elevant

con voi

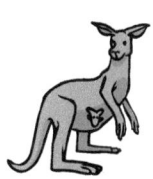

känguru

chuột túi

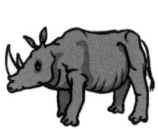

ninasarvik

tê giác

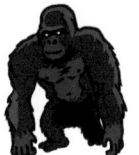

gorilla

khỉ đột

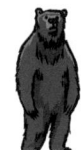

karu

con gấu

kaamel

lạc đà

jaanalind

đà điểu

lõvi

sư tử

ahv

con khỉ

flamingo

hồng hạc

papagoi

con vẹt

jääkaru

gấu bắc cực

pingviin

chim cánh cụt

hai

cá mập

paabulind

con công

madu

con rắn

krokodill

cá sấu

loomaaiatalitaja

người trông giữ vườn bách
thú

hüljes

hải cẩu

jaaguar

báo đốm

poni

ngựa lùn

leopard

con báo

jõehobu

hà mã

kaelkirjak

hươu cao cổ

kotkas

đại bàng

metssiga

heo rừng

kala

cá

kilpkonn

con rùa

morsk

hải mã

rebane

con cáo

gasell

linh dương

Ameerika jalgpall
bóng bầu dục Mỹ

jalgrattasõit
đua xe đạp

tennis
quần vợt

korvpall
bóng rổ

ujumine
bơi

jäähoki
khúc côn cầu trên băng

poksimine
đấm bốc

jalgpall
bóng đá

sulgpall
cầu lông

kergejõustik
điền kinh

käsipall
bóng ném

suusatamine
trượt tuyết

polo
polo

tegevused
các hoạt động

hüppama
nhảy
kallistama
ôm
naerma
cười
jalutama
đi bộ
laulma
ca hát
unistama
mơ
palvetama
cầu nguyện
suudlema
hôn

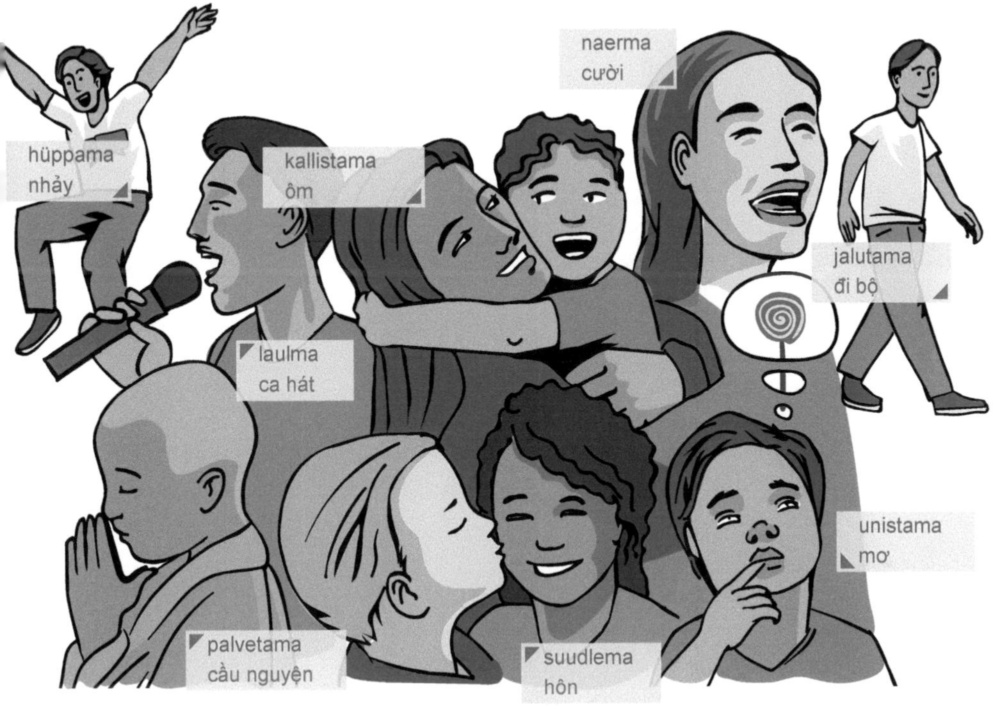

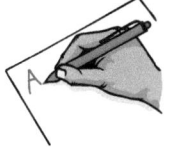

kirjutama
viết

joonistama
vẽ

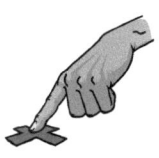

näitama
chỉ trỏ

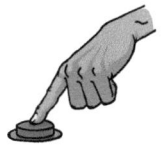

lükkama
đẩy

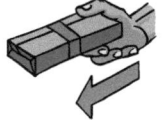

andma
cho

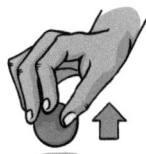

võtma
lấy đi

omama
có

tegema
làm

olema
thì / là

seisma
đứng

jooksma
chạy

tõmbama
kéo

viskama
ném

kukkuma
rơi

lamama
nằm

ootama
chờ đợi

kandma
mang vác

istuma
ngồi

riidesse panema
mặc quần áo

magama
ngủ

ärkama
thức dậy

vaatama

xem

nutma

khóc

paitama

vuốt ve

kammima

chải

rääkima

nói chuyện

aru saama

hiểu

küsima

câu hỏi

kuulama

nghe

jooma

uống

sööma

ăn

korrastama

dọn dẹp

armastama

yêu

süüa tegema

nấu nướng

sõitma

lái xe

lendama

bay

purjetama

đi thuyền buồm

arvutama

tính toán

lugema

đọc

õppima

học

töötama

làm việc

abielluma

cưới

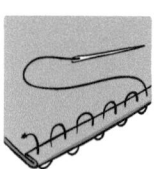

õmblema

khâu vá

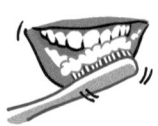

hambaid pesema

đánh răng

tapma

giết

suitsetama

hút thuốc

saatma

gửi đi

perekond
gia đình

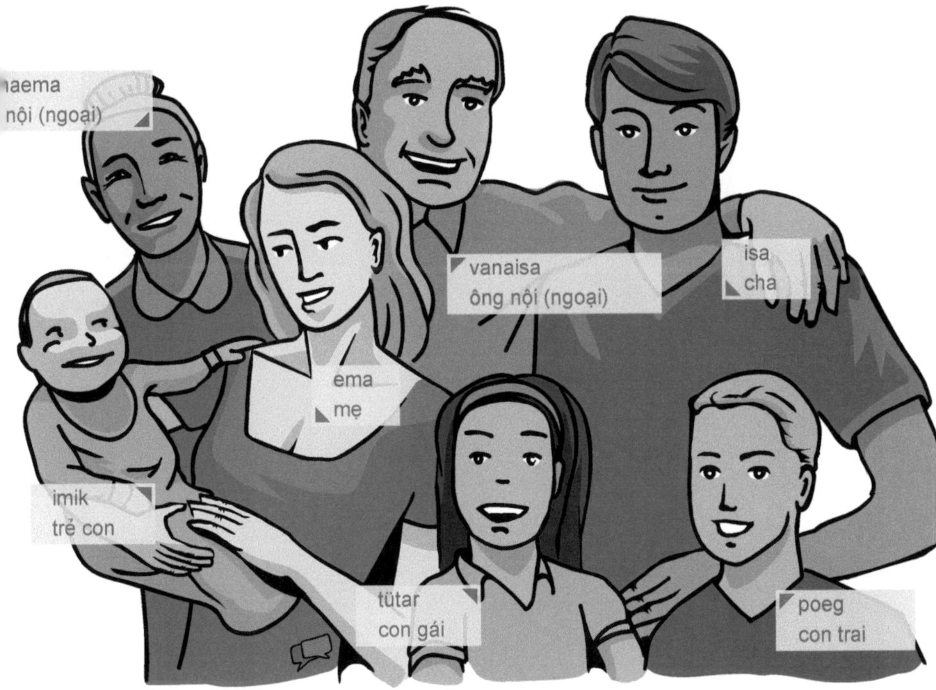

aema
nội (ngoại)
vanaisa
ông nội (ngoại)
isa
cha
ema
mẹ
imik
trẻ con
tütar
con gái
poeg
con trai

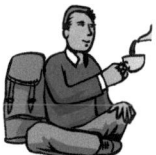

külaline

khách

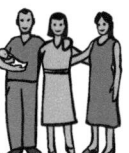

tädi

cô (dì)

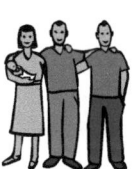

onu

chú, bác (cậu)

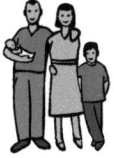

vend

anh (em) trai

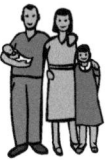

õde

chị (em) gái

keha

cơ thể

otsmik
trán
silm
mắt
õlg
vai
sõrm
ngón tay
nägu
mặt
lõug
cằm
käsi
bàn tay
jalg
chân
rind
ngực
käsivars
cánh tay

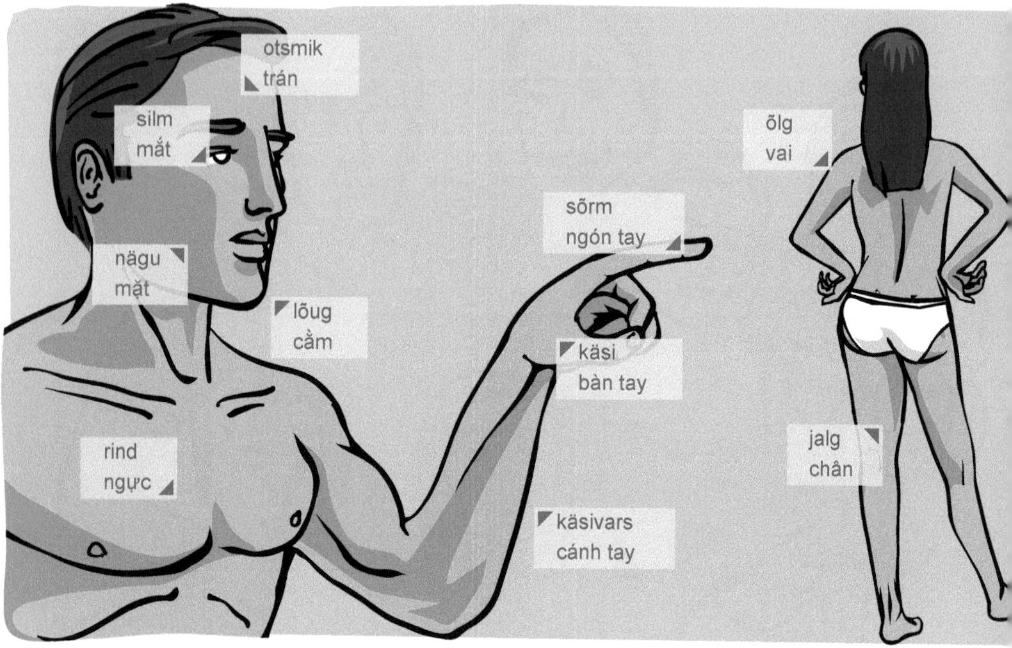

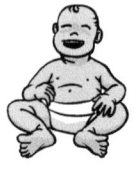

imik

trẻ con

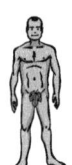

mees

đàn ông

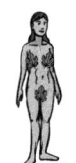

naine

phụ nữ

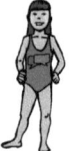

tüdruk

bé gái

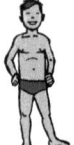

poiss

bé trai

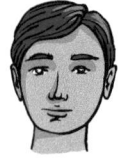

pea

đầu

selg

lưng

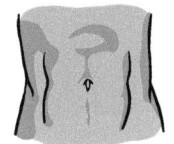

kõht

bụng

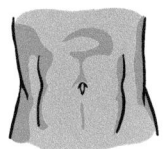

naba

rốn

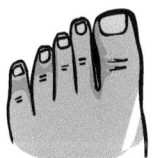

varvas

ngón chân

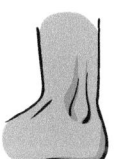

kand

gót chân

luu

xương

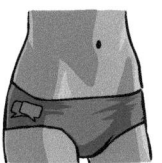

puus

hông

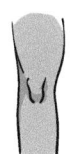

põlv

đầu gối

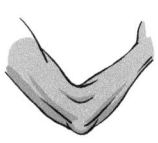

küünarnukk

khuỷu tay

nina

mũi

tagumik

mông

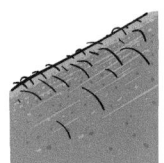

nahk

da

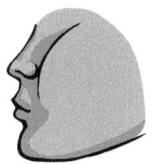

põsk

má

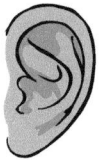

kõrv

tai

huuled

môi

suu

miệng

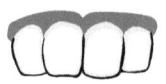

hammas

răng

keel

lưỡi

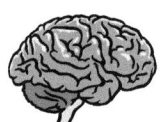

aju

não

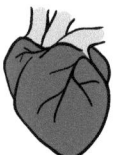

süda

tim

lihas

cơ bắp

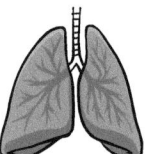

kops

phổi

maks

gan

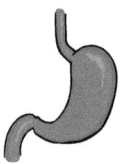

magu

dạ dày

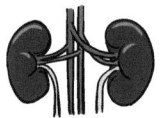

neerud

thận

seksuaalvahekord

giao hợp

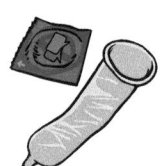

kondoom

bao cao su

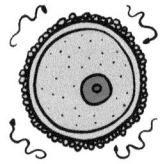

munarakk

noãn

sperma

tinh dịch

rasedus

mang thai

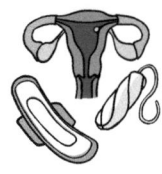

menstruatsioon

kinh nguyệt

vagiina

âm vật

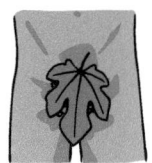

peenis

dương vật

kulm

lông mày

juuksed

tóc

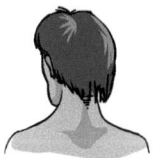

kael

cổ

haigla
bệnh viện

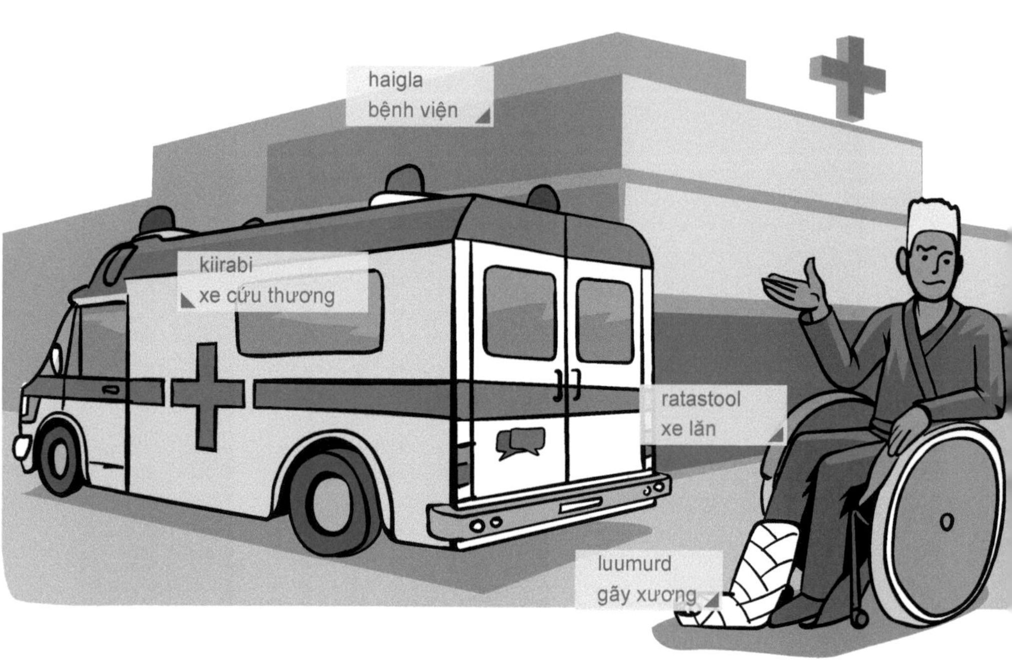

haigla
bệnh viện
kiirabi
xe cứu thương
ratastool
xe lăn
luumurd
gãy xương

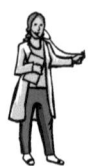

arst
bác sĩ

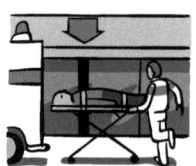

traumapunkt
phòng cấp cứu

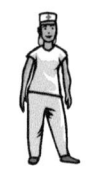

meditsiiniõde
y tá

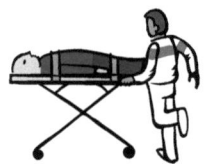

hädaolukord
cấp cứu

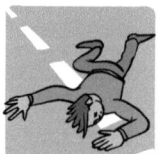

teadvuseta
bất tỉnh

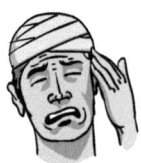

valu
cơn đau

vigastus

bị thương

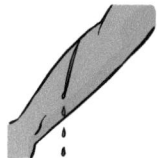

verejooks

chảy máu

südamerabandus

nhồi máu cơ tim

insult

đột quy

allergia

dị ứng

köha

ho

palavik

sốt

gripp

cúm

kõhulahtisus

tiêu chảy

peavalu

đau đầu

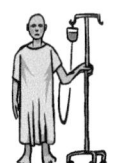

vähk

ung thư

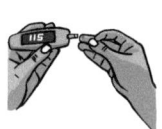

diabeet

bệnh tiểu đường

kirurg

bác sĩ phẫu thuật

skalpell

dao mổ

operatsioon

giải phẫu

KT

chụp cắt lớp

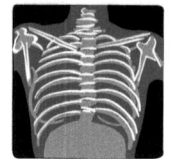

röntgen

chụp x-quang

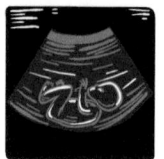

ultraheli

siêu âm

mask

mặt nạ

haigus

bệnh

ooteruum

phòng đợi

kark

cái nạng

kips

băng dán vết thương

side

băng bó

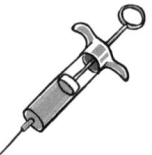

süst

tiêm thuốc

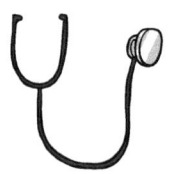

stetoskoop

ống nghe khám bệnh

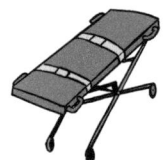

kanderaam

băng ca

kraadiklaas

nhiệt kế

sünd

sinh đẻ

ülekaaluline

thừa cân

kuuldeaparaat

máy trợ thính

desinfektsioonivahend

chất khử trùng

põletik

nhiễm trùng

viirus

vi rút

HIV / AIDS

HIV / AIDS

meditsiin

thuốc

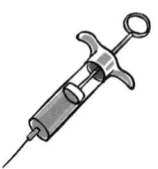

vaktsineerimine

tiêm chủng

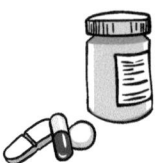

tabletid

thuốc viên

pill

viên thuốc

hädaabikõne

gọi cấp cứu

vererõhuaparaat

máy đo huyết áp

haige / terve

bệnh / khỏe mạnh

Appi!

cứu!

häire

báo động

kallaletung

cuộc đột kích

rünnak

sự tấn công

oht

mối nguy hiểm

avariiväljapääs

lối thoát hiểm

Tulekahju!

cháy!

tulekustuti

bình chữa cháy

õnnetus

tai nạn

esmaabikomplekt

bộ dụng cụ sơ cứu

SOS

SOS

politsei

cảnh sát

Euroopa

châu Âu

Põhja-Ameerika

Bắc Mỹ

Lõuna-Ameerika

Nam Mỹ

Aafrika

châu Phi

Aasia

châu Á

Austraalia

châu Úc

Atlandi ookean

Đại Tây Dương

Vaikne ookean

Thái Bình Dương

India ookean

Ấn Độ Dương

Lõuna-Jäämeri

Nam Cực Dương

Põhja-Jäämeri

Bắc Băng Dương

põhjapoolus

bắc cực

lõunapoolus
nam cực

Antarktika
nam cực

Maa
trái đất

maismaa
đất liền

meri
biển

saar
đảo

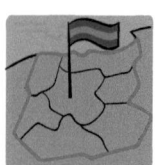

rahvus
quốc gia

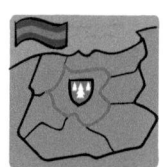

riik
nhà nước

sihverplaat

mặt đồng hồ

tunniosuti

kim chỉ giờ

minutiosuti

kim chỉ phút

sekundiosuti

kim chỉ giây

Mis kell on?

Bây giờ là mấy giờ?

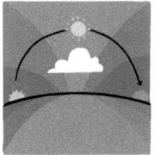

päev

ngày

aeg

thời gian

praegu

bây giờ

digitaalne kell

đồng hồ điện tử

minut

phút

tund

giờ

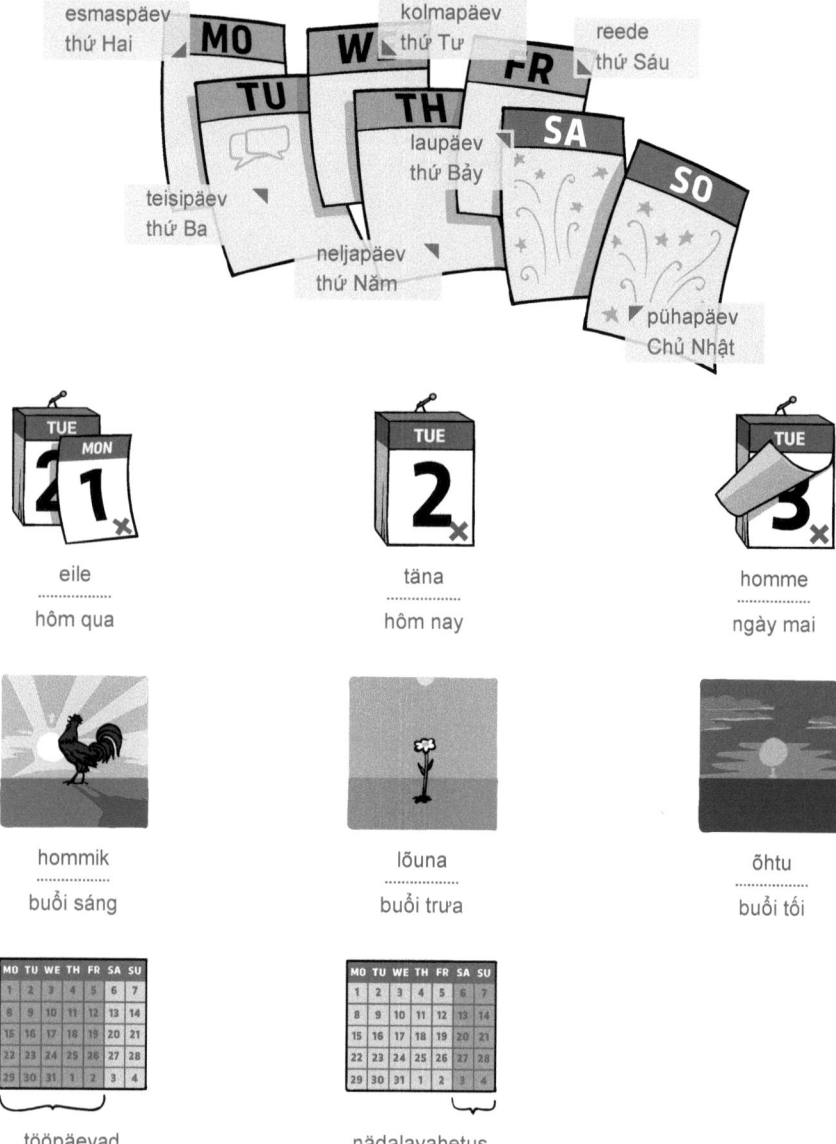

esmaspäev
thứ Hai

MO

W

kolmapäev
thứ Tư

FR

reede
thứ Sáu

TU

TH

SA

laupäev
thứ Bảy

teisipäev
thứ Ba

SO

neljapäev
thứ Năm

pühapäev
Chủ Nhật

eile

hôm qua

täna

hôm nay

homme

ngày mai

hommik

buổi sáng

lõuna

buổi trưa

õhtu

buổi tối

tööpäevad

ngày làm việc

nädalavahetus

cuối tuần

aasta
năm

vihm
mưa
vikerkaar
cầu vồng
tuul
gió
lumi
tuyết
kevad
mùa xuân
sügis
mùa thu
suvi
mùa hè
talv
mùa đông

4.APRIL 11°
5.APRIL 4°
6.APRIL 13°
7.APRIL 8°
8.APRIL 10°

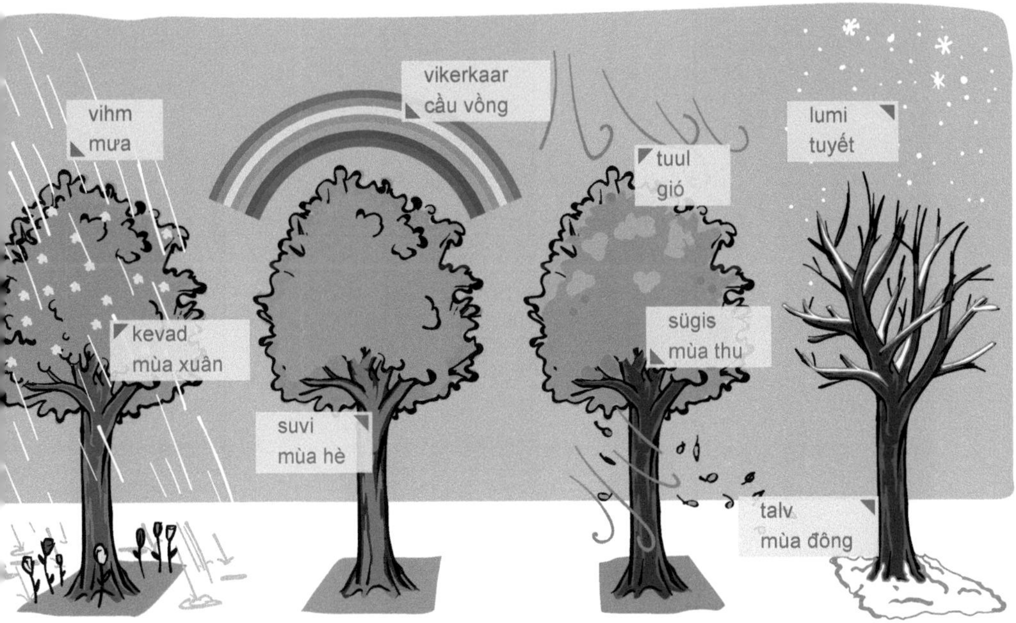

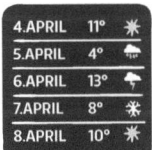

ilmaennustus

dự báo thời tiết

F
C
120
90
60
30
0
-30
40
30
20
10
0
-10
-20

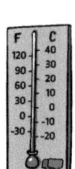

termomeeter

nhiệt kế

päikesepaiste

ánh nắng

pilv

mây

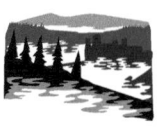

udu

sương mù

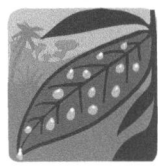

niiskus

độ ẩm không khí

pikne

tia chớp

kõu

sấm sét

torm

cơn bão

rahe

mưa đá

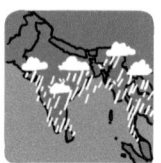

mussoon

gió mùa

üleujutus

lũ lụt

jää

nước đá

jaanuar

tháng Một

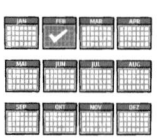

veebruar

tháng Hai

märts

tháng Ba

aprill

tháng Tư

mai

tháng Năm

juuni

tháng Sáu

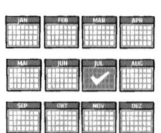

juuli

tháng Bảy

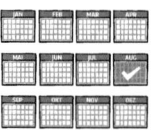

august

tháng Tám

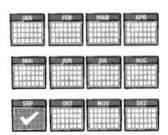

september

tháng Chín

oktoober

tháng Mười

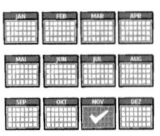

november

tháng Mười Một

detsember

tháng Mười Hai

ring

hình tròn

ruut

hình vuông

nelinurk

hình chữ nhật

kolmnurk

hình tam giác

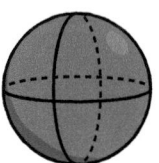

kera

hình cầu

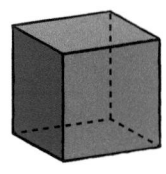

kuup

khối vuông

valge

màu trắng

kollane

màu vàng

oranž

màu cam

roosa

màu hồng

punane

màu đỏ

lilla

màu tím

sinine

màu xanh dương

roheline

màu xanh lá cây

pruun

màu nâu

hall

màu xám

must

màu đen

palju / vähe

nhiều / ít

vihane / rahulik

tức tối / điềm tĩnh

ilus / inetu

xinh đẹp / xấu xí

algus / lõpp

bắt đầu / kết thúc

suur / väike

to / nhỏ

hele / tume

sáng / tối

vend / õde

nh (em) trai / chị (em) gái

puhas / must

sạch / bẩn

täielik / puudulik

đủ / thiếu

päev / öö

ngày / đêm

surnud / elus

chết / sống

lai / kitsas

rộng / chật hẹp

söödav / mittesöödav

ăn được / không ăn được

kuri / sõbralik

ác / tử tế

põnevil / tüdinud

hào hứng / chán nản

paks / peenike

béo / gầy

esimene / viimane

đầu tiên / cuối cùng

sõber / vaenlane

bạn / thù

täis / tühi

đầy / rỗng

kõva / pehme

cứng / mềm

raske / kerge

nặng / nhẹ

nälg / janu

đói / khát

haige / terve

bệnh / khỏe mạnh

ebaseaduslik / seaduslik

bất hợp pháp / hợp pháp

tark / rumal

thông minh / ngu

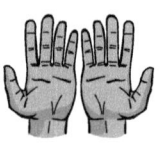

vasak / parem

trái / phải

lähedal / kaugel

gần / xa

vastandid - đối lập

uus / kasutatud

mới / cũ

mitte midagi / midagi

không có gì cả / có cái gì đó

vana / noor

già / trẻ

sees / väljas

bật / tắc

lahti / kinni

mở / đóng

vaikne / vali

im lặng / ồn ào

rikas / vaene

giàu / nghèo

õige / vale

đúng / sai

kare / sile

sần sùi / mịn màng

kurb / rõõmus

buồn / vui

lühike / pikk

ngắn / dài

aeglane / kiire

chậm / nhanh

märg / kuiv

ẩm ướt / khô ráo

soe / jahe

ấm áp / mát mẻ

sõda / rahu

chiến tranh / hòa bình

0

null

số không

1

üks

một

2

kaks

hai

3

kolm

ba

4

neli

bốn

5

viis

năm

6

kuus

sáu

7

seitse

bảy

8

kaheksa

tám

9

üheksa

chín

10

kümme

mười

11

üksteist

mười một

12

kaksteist

mười hai

13

kolmteist

mười ba

14

neliteist

mười bốn

15

viisteist

mười lăm

16

kuusteist

mười sáu

17

seitseteist

mười bảy

18

kaheksateist

mười tám

19

üheksateist

mười chín

20

kakskümmend

hai mươi

100

sada

một trăm

1.000

tuhat

một ngàn

1.000.000

miljon

một triệu

inglise

tiếng Anh

Ameerika inglise

tiếng Anh Mỹ

mandariini

tiếng Quan Thoại

hindi

tiếng Hin-di

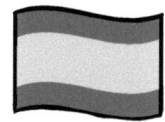

hispaania

tiếng Tây Ban Nha

prantsuse

tiếng Pháp

araabia

tiếng Ả-rập

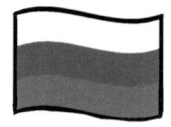

vene

tiếng Nga

portugali

tiếng Bồ Đào Nha

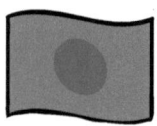

bengali

tiếng Bengal

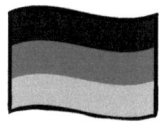

saksa

tiếng Đức

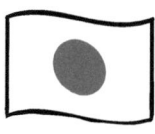

jaapani

tiếng Nhật

mina

tôi

sina

bạn

tema

anh ta / cô ta / nó

meie

chúng tôi

teie

các bạn

nemad

họ

kes?

ai?

mis?

cái gì?

kuidas?

như thế nào?

kus?

ở đâu?

millal?

lúc nào?

nimi

tên

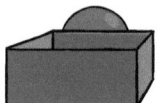

taga

phía sau

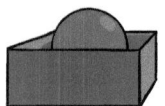

sees

ở trong

ees

phía trước

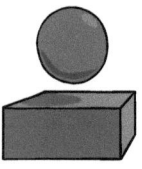

kohal

phía trên

peal

ở trên

all

ở dưới

kõrval

bên cạnh

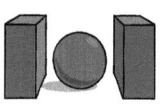

vahel

ở giữa

koht

chỗ